மிதக்கவைக்கும் இசைக் குறிப்புகள்

ச. ஆனந்த குமார்

வேரல்
புக்ஸ்

வேரல்
புக்ஸ்

வேரல் புக்ஸ் வெளியீட்டு எண்: 111

மிதக்கவைக்கும் இசைக் குறிப்புகள் * ச. ஆனந்த குமார்© * கவிதைகள் *
முதல் பதிப்பு: டிசம்பர் 2023 * பக்கங்கள்: 90 *
வேரல் புக்ஸ் * 6, இரண்டாவது தளம், காவேரி தெரு, சாலிகிராமம், சென்னை – 600093 *
மின்னஞ்சல்: veralbooks2021@gmail.com * தொலைபேசி: 9578764322 *
அட்டை வடிவமைப்பு: லார்க் பாஸ்கரன் * லேஅவுட்: சந்தோஷ் கொளஞ்சி

Mithakkavaikkum Isaikkuripukal * S.Anandkumar© * Poems *
First Edition: December 2023 * Pages: 90 *
Veral Books * No: 6, 2nd Floor, Kaveri Street, Saligramam, Chennai – 600093 *
Email ID: veralbooks2021@gmail.com * Phone: 9578764322 *
Wrapper Designed by: Lark Bhaskaran * Layout Designed by: Santhosh kolanji

Rs. 130

ISBN: 978-81-968467-2-5

நன்றி

❖

ஆனந்த விகடன்

கணையாழி

காலச்சுவடு

தீராநதி

இந்து தமிழ் நாளிதழ் - காமதேனு

காக்கைச் சிறகினிலே

பேசும் புதிய சக்தி

அவள் விகடன்

அம்ருதா

கல்வெட்டு - படைப்பு

தகவு - படைப்பு

வாசகசாலை

காற்று வெளி

தளம்

கவிமாடம்

மனதை மிதக்கச் செய்யும் கவிதைக் குறிப்புகள்

இசை ஒலியாலான போதை; கவிதை மொழியாலான போதை!

எனவே இசைக்கும் கவிதைக்கும் ஒரே பாதை. இரண்டுமே மனதை மயக்கி மிதக்கவைப்பவை. இசையிலும் கவிதையிலும் மயங்கி மிதப்பதும் கூட ஒருவித விழிப்புணர்வு!

எனவேதான் தன் கவிதைத் தொகுப்புக்கு 'மிதக்கவைக்கும் இசைக்குறிப்புகள்' என்று தலைப்பிட்டுத் தந்திருக்கிறார், கவிஞர் ச.ஆனந்தகுமார்.

'கவிதை, உலகின் மறைக்கப்பட்ட அலைகளில் இருந்து திரையை உயர்த்துகின்றது' என்பார், பெர்சி பைசே ஷெல்லி.

ச.ஆனந்தகுமார் அவர்களின் கவிதைகள் மறைக்கப்பட்ட அழகினை திரை உயர்த்திக் காட்டுவதோடு நின்றுவிடாமல் மறைக்கப்பட்ட எதார்த்தங்களையும் உயர்த்திக்காட்டுகின்றன.

மிதக்க வைக்கும் இசைக்குறிப்புகள் என்னும் இத்தொகுப்பின் கவிதைகள் பரிச்சயமான ஒரு பாடலைக் கேட்டதுபோல் மனதுக்கு நெருக்கத்தைத் தருபவை.

இதன் மிகுதியான கவிதைகள் வெகுஜன இதழ்கள் மற்றும் இலக்கிய இதழ்களில் வெளிவந்தவை.

சக மனிதனின் துன்பங்கள் குறித்து எவ்வித சலனமும் இல்லாமல் அலைபேசியைத்துணையாக்கிக்கொண்டு பரபரப்பாக

ஓடிக்கொண்டிருக்கும் பெருநகர வாழ்வின் பின்புலத்திலிருந்து நண்பர் .ச.ஆனந்தகுமார் அவர்களால் புறாக்களுக்குத் தானியம் வைக்கக் சிறுவர்களுக்குக்கற்றுத்தர இயலுகின்றது.

இதற்குக்காரணம் அவர் கவிஞராக இருக்கின்றார். அதனால் மனிதநேயம் கொண்டவராக இருக்கிறார்.

பெருநகர வாழ்வில் இரண்டறக் கலந்துவிட்டதால் என்னவோ காற்றைத் தொலைத்து மின்விசிறிக்குப் பழக்கப்படுத்திக்கொண்ட வாழ்வை அற்புதமாகப் பதிவிடுகின்றார்.

"கடைசியாய் வேப்ப மரத்தை
வெட்டுவதற்கு முன்
இலைகளை அசைத்த போது
சந்தித்த ஞாபகம்"

என்னும் வரிகள் காற்றைப்போல் துயரைச்சுமந்தபடி நகர்கிறது.

காற்றில்லை எனச்சொன்னவர் சென்னை நகரில் பிரிக்கமுடியாததாகக் கலந்து விட்ட மழையையும் வெள்ளத்தையும் வேதனை தரும் நிகழ்வாகவே பார்க்கின்றார்.

"வீட்டிற்குள் எட்டிப்பார்த்த
தண்ணீரையும் கண்ணீரையும்
துரத்திக்கொண்டிருந்தாள் மனைவி"

என்ற வரிகளை அவர் எழுதி முடித்த பிறகுதான் இன்னொரு மழையும் வந்து சென்றுள்ளதென்பது பெருந்துயரம்.

குழந்தை மனம் படைத்தவராக இருப்பதாலோ என்னவோ இத்தொகுப்பில் எடை இயந்திரத்தால் சிரிக்க வைக்கப்பட்டு அழுகையை நிறுத்திக்கொள்ளும் அம்முக்குட்டி, அலைகளோடு விளையாடி மகிழும் அம்முக்குட்டி, ஆசிரியருக்கு அன்பின் நிமித்தம் முத்தமிடும் அம்முக்குட்டி, தந்தையை இழந்த இருபது குழந்தைகளுக்கும் சேர்த்து அழும் அம்முக்குட்டி என நிறைய அம்முக்குட்டிகளை உலவ விட்டுள்ளார் .அத்தனை அம்முக்குட்டிகளுக்கு இடையிலும்

"கண்கள் விரித்து
கைகள் ஆட்டி
கொஞ்சமாய் யோசித்து தினமும்
வந்த கனவை ஒரு
கதை போல் விவரிப்பாள்
அம்முக்குட்டி
மெதுவாய்த்தான் கவனித்தேன்
அவள் கனவுகளில்
ஒரு நாள் கூட
பள்ளி வந்ததேயில்லை"

எனப் பள்ளியைக் கனவிலும் காண விரும்பாத அம்முக்குட்டி சிந்திக்கத்தூண்டுகிறாள்.

'புத்தகங்களே
சமர்த்தாயிருங்கள்
குழந்தைகளைக்
கிழித்து விடாதீர்கள்'

என்ற 'பித்த'னின் கோரிக்கைக்கு இன்னுமா நாம் செவிசாய்க்கவில்லை என நினைக்கவும் வைக்கின்றாள்.

பீமன் வேடமிட்டு கம்பீரமாக நடித்தவன் கூனிக்குறுகி உணவு பரிமாறும் கதை,மறுமணம் முடித்துக்கொள்ளும் எதிர் வீட்டு மாமாவின் கதை எனக்கதைகளைக் கருக்களாகக்கொண்டுள்ள கவிதைகளையும் இத்தொகுப்பில் நிறையக் கையாண்டுள்ளார். கவிதைக்குள் கதையைக்கொண்டு வருவது தவிர்க்க இயலாததாகத்தான் என்றென்றும் இருந்து வருகின்றது.

கந்தர்வன் முதலாக வண்ணதாசன் வரையிலான இருபத்தைந்து கவிஞர்களின் கவிதைக்குள் கலந்திருக்கும் கதைகளை 'கவிதைக்குள் கலந்திருக்கும் கதை'என்னும் தலைப்பில் மு.முருகேஷ் அவர்கள் நூலாக்கியுள்ளார் என்பது இங்கு குறிப்பிடத்தக்கது.

அங்கொன்றும் இங்கொன்றுமாக தொகுப்பொங்கும் விரவிக் கிடக்கின்ற காதல் கவிதைகளைக் காதல் சுவை

ததும்பி நிற்கக்கூடியதாக மட்டும் நிறுத்தி விடாமல் உருகவைக்கக்கூடியதாகவும் எழுதி இருக்கிறார்.

/ கொதி நிலையில் காமம் / பிற நிலையில் பாசம் / எனவும் கூடு பாய்கிற முத்தம் /

என முத்தத்தையும் இரசித்து எழுதுபவர்

அனைத்துக்காதல் கவிதைகளிலும் அவள் இருப்பதால் தான் வாழ்கின்றேன் என்ற பொருளினைச் சொல்லிச்செல்கின்றார்.

காதற்கவிதைகளை வாசிக்கும் போது 'காலத்தை அளிப்பதற்கு என்னிடமிருக்கும் ஒரேயொரு வழி உன்னுடன் இருப்பதும் உன்னிடம் இல்லாதிருப்பதும்' என்னும் எழுத்தாளர் ஜார்ஜ் லூயிஸ் போர்கஸின் வார்த்தைகள் நினைவுக்கு வருவதைத் தவிர்க்க இயலவில்லை.

மௌனத்தின் மறுபக்கம் ஒவ்வொருவருக்கும் ஒவ்வொரு விதமாகப்புரியும்.

கவிஞரோ..

"இலையோரம் ஊசலாடும்
மழைத்துளியென அலைபாய்ந்து
முடிவுகள் தெரிகையில்
அடர்த்தி செறிந்த
மௌனத்தின் மறுபக்கம் புரியும்"

என்கின்றார். ஒரு புரிதலுக்குள் ஒளிந்திருக்கின்ற அழகியல் எவ்வளவு அழகானதாக இருக்கின்றது.

வாழ்வின் யதார்த்தத்தினை உணர்த்தும் விதமாகவும் இத்தொகுப்பில் நிறைய கவிதைகளை எழுதியுள்ள கவிஞர், பூக்களை நீரூற்றி வளர்த்தாலும் அது மலர்ந்து நிற்கும் காட்சியை இரசித்தாலும் அதனை நிச்சயம் பறித்துத்தான் ஆக வேண்டும் என்பதை இப்படிச் சொல்கின்றார்.

"என்றாலும்
ரோஜா மலர்ந்தவுடன்

சட்டென பிய்த்தெடுத்த என்
கருணையின் அதிர்வுகளில்
இருந்து அவைகளால்
இன்னும் வெளிவர முடியவில்லை…”

என்னும் வரிகளை வாசிக்கையில் அதிர்வேற்படுவதனை தவிர்க்க இயலவில்லை.

சகமனிதன் மீது பிரியம் வளர்த்தலே மகத்தான வாழ்விற்கான அர்த்தத்தைத் தரக்ககூடியதென உணர்ந்தவர், சாளரத்தை சுவர்களாக மாற்றிக்கொண்டு அன்பைப் புறக்கணித்தமைக்காகத் துயர் கொள்கிறார். பூவைப்போல் புன்னகையை நீட்டுவதற்கு முன்வருகின்றார்.

காதல், தாயன்பு, பால்ய காலத்தின் மீதான நேசம், வாழ்வியல் யதார்த்தம், கல்வி குறித்த பார்வை, அரசியல் புரிதல் என பல அர்த்தங்களைத் தன்னுள் பொதித்து மிதந்து கொண்டிருக்கும் இத்தொகுப்பில் வாழ்வில் அத்தனையையும் கடந்து இறுதியாக எஞ்சியிருப்பது எதுவென மனம் கேட்கும் வினாவுக்கு விடையாக…

“இன்னும் எஞ்சியிருப்பது
நேசத்தாவரமும் நிகழ்தகவு
பிரியங்களும்”

என்கின்றார்.

ஆம். அதுதானே யதார்த்தமான உண்மை. இறுதியாகச் சொல்வதென்றால்,‘மிதக்க வைக்கும் இசைக்குறிப்புகள் ‘என்னும் இத்தொகுப்பில் சொற்களை இசைக்குறிப்புகளாக்கி அதன் வழி கவிதை என்னும் இசையை மலர்த்திச்சென்றுள்ளார்.

அது நீரின்மீது மலராக நம் மனதை மிதக்கவிட்டு அலையாட்டுகிறது. கவிஞர் ச.ஆனந்தகுமார் அவர்கள் மேலும் நூல் பல இயற்றி அன்னைத் தமிழுக்குத் தொண்டாற்ற மனமார்ந்த நல்வாழ்த்துகள்.

கூடல் தாரிக்

வாழ்த்துரை

*கா*த்திருப்பு தானே எல்லாவற்றையும் கனியச் செய்யும். நம் வாழ்வை நம் போக்கில் வாழ்ந்துகொண்டிருப்பதில் நீராக இயற்கையும் இருக்கிறது. நாம்தான் அதை உதாசீனப்படுத்தியபடி இருக்கிறோம் என்பதை தொடர்ந்து கவிதைகள் உணர்த்திக் கொண்டேதான் இருக்கின்றன.

"காற்றில் இழுத்து வரப்படுகிற
சருகுகள் அழுதபடியே
செய்திகள் சொல்கின்றன.
வனங்களில் இலைகள்
துளிர்ப்பதற்கு மரங்கள் எதுவும்
மிச்சமில்லையென்று."

இப்படியாக ச.ஆனந்த குமாரும் இத் தொகுப்பில்.

தொகுப்பில் கவிதைகளுக்கு தலைப்பில்லை. விரும்பிய தலைப்பிட்டு கவிதைகளை வாசிக்கும் சுதந்திரத்தை நமக்கு கொடுத்துள்ளார்.

கவிதை வாசித்தல் என்பது
சிப்பிக்குள் ஒளிந்திருக்கும்
முத்தைத் தேடுவது.

என ஒரு கவிதையில் அவரே குறிப்பிடுவதைப்போன்று நீங்களும் இத்தொகுப்பை வாசித்து உங்களுக்கான முத்தைக் கண்டடைந்து கொள்ளுங்கள்.

வாழ்த்துகள்.

அன்புடன்
ந.பெரியசாமி

என்னுரை

கவிதையென்பது இலக்கியத்தின் அடர்த்தி நிரப்பிய வடிவம். வார்த்தைகளுக்கு இறக்கை கட்டுகிற அனுபவம். படிப்பவர்களின் மனதைக் குடைந்து நினைவுகளில் தங்கி வாசகனுடன் வாழ்ந்து அவனைத் திரும்பத் திரும்ப வாசிக்க செய்யும் வல்லமை படைத்தது ஆகச் சிறந்த கவிதை.

கவிதையின் வடிவம், வகைமை யுக்தி என்பதெல்லாம் படைப்பாளியின் சுதந்திரம். படிமம், குறியீடு, தொன்மம், சர்ரியலிசம், அங்கதம் என வெவ்வேறு காரணிகள் பயன்படுத்தப்பட்டிருக்கலாம். ஆனால் வாசகனுடன் சரியாகப் பயணித்து ஆழ்ந்து சிந்திக்கத் தூண்டுகையில்தான் அது அர்த்தப்படுகிறது.

இந்தத் தொகுப்பில் இயற்கை, வாழ்வியல். சக மனித நேசம், ஊடல் என வெவ்வேறு பரிமாணங்களில் சம விகிதத்தில் அகம் மற்றும் புறக் கவிதைகள் கலந்திருந்தாலும் ஒரு சாமானியனிடம் அன்றாடம் எதிர்ப்படுகிற நெருக்கமான பாடுபொருட்களே கவிதையென உலாவருகிறது..

இசைக் குறிப்புக்கள் தனித்துவமானவை. கேட்பவர்களை சிலிர்ப்பில் மிதக்க வைக்கும். குறிப்புக்கள் ஒன்று சேர்கிற போது அற்புதமான இசையாக கூடு பாயும். அதே போல்தான்

தனித்தனியான கவிதைகள் ஒன்று சேர்ந்து நல்லதொரு தொகுப்பாக மலர்ந்திருக்கிறது. படித்து முடித்து விட்டு உங்கள் விமர்சனங்களை பகிர்ந்தால் மகிழ்வேன்.

தொகுப்பு சிறப்பாக வருவதற்காக பல்வேறு பரிந்துரைகள் செய்து அணிந்துரை வழங்கிய மதிப்பிற்குரிய நண்பர் கூடல் தாரிக் அவர்களுக்கும் கேட்டவுடன் மறுக்காமல் சென்ற தொகுப்பைப் போலவே வாழ்த்துரை வழங்கிய கவிஞர். ந.பெரியசாமி அவர்களுக்கும் வெளியீட்டிற்காய் உடன் நின்ற தோழர் அம்பிகா குமரன் அவர்களுக்கும் நூல் வடிவமைத்த படைப்பாளி தோழர் லார்க் பாஸ்கரன் அவர்களுக்கும் என் மனமார்ந்த நன்றிகளை தெரிவித்துக் கொள்கிறேன்.

ச.ஆனந்த குமார்
91766 58922
aarabi.s@gmail.com

இலக்குத் தவறாமல்
குறி வைத்து மிக சரியாக
கற்கள் வீசப்பட்டன
புறாக்கள் பழுதான
கால்களோடு பயம் சுமந்து
படபடவென பறப்பதை
கைதட்டல் சத்தத் துணையோடு
குதித்து ரசித்த
மொட்டைமாடி சிறுவர்களுக்கு
ஒரே ஒரு முறை
தானியங்கள்
வைக்கும் அனுபவம்
சொல்லிக் கொடுத்தேன்..
இப்போதெல்லாம் புறாக்கள்
பயத்தில் படபடக்கும்
சத்தம் கேட்பதேயில்லை...

விடாமல் குதிக்கிற
தூறல்கள் பற்றி ஊடகங்கள்
ஏற்கெனவே அறிவித்து விட்டன..

வீதியில் கால் வைத்தால்
ஒரு வேளை சேற்றில் மாட்டி
செருப்பு பிய்ந்து விட
வாய்ப்பிருக்கிறது

வழக்கமாய் அமர்ந்திருக்கும்
பூக்காரப் பெண்மணி
இருக்கப்போவதில்லை..

இன்று பூங்காவில்
நடைப்பயிற்சி கிடையாது..

வாடகைக்கு வாகனங்கள்
செயலிகளில் கிடைக்காது..
வெளியூர் செல்பவர்கள்
எச்சரிக்கையுடன் இருப்பது
நல்லது...

எப்போது வேண்டுமானாலும்
மின்சாரம் கைவிடலாம்..
பள்ளிகளுக்கும் விடுமுறையில்லை..
இணையத்தில் நடக்கும் வகுப்புகள்..
இரண்டாவது நாளிலேயே
சலித்து கொண்டோம்..
வெயிலுக்காய் காத்திருப்பதென..
இப்படித்தான் கோடை
கத்தரி வெயிலின் மத்தியில்
மழைக்கு பிரார்த்தனை
செய்த ஞாபகம்..

வீட்டிற்கு நடுவே இருக்கிறது..
மூச்சுவிட சிரமப்படலாம் என..
மின்விசிறிக்குக் கீழே
இருக்கும்படி அமர்த்தியிருந்தேன்..

சாளரம் மூடியிருப்பதால்
வெளிச்சம் வேண்டுமென
குழல் விளக்கு தலையில் படும்படி
பார்த்துக்கொள்வேன்..

இத்தனை பாசம் கொட்டியும்..
சிறிய நீர்த்தேக்கத்தில் புரளும்
பட்டுப்போன பச்சைத்தாவரம்
வெறுமை பூசிக்கொண்டிருக்கிறது

பணம் கொட்டி தனிவகுப்பு வைத்தும்
கண்டிப்பு காட்டியும்
தேர்வில் தவறிய மகனைப்போல்..

மின்கம்பிக்கு இடைஞ்சலென
வெட்டப்பட்ட மரத்தைச் சுற்றி
சத்தமிட்டு வட்டமிடுகிறது
பறவைகள்..

தேநீர் தந்த சிறுவனிடம்
சர்க்கரை குறைவென தலையில்
குட்டி கூட்டம் பலமாய்ச்சிரிக்க
வெளிவரும் கண்ணீரை
பல் கடித்து மறைக்கும் சிறுவன்..

விடாமல் சுற்றி அலுக்காமல்
வாடிக்கையாய் பிச்சை கேட்கும்
கூட்டம் என
எதுவும் பாதிக்கவில்லை..

என் கவலையெல்லாம்..
எப்போதும் சரியாக வருகிற
ஆறு மணி பேருந்து
இன்னும் வரவில்லை..
என்பதுதான்..

செவியிசைமாட்டி..
உணர்வுகள் தொலைத்து
வயிறு காட்டி கையேந்தும் சகமனித
பசியின் அடர்த்தியை
சலனமற்று செயலிகளில் மூழ்கி
கடக்கும் இயந்திரத்தனத்திற்கு
பழக்கியிருக்கிறது
பெருநகர வாழ்வியல்..

எடை மேடையில் காசு போட்டவுடன்
சீட்டு வரவில்லை..
அம்மாவும் மற்றவர்களும்
எவ்வளவு சமாதானப்படுத்தியும்
அழுகையை நிறுத்தவில்லை
அம்முக்குட்டி..
வெவ்வேறு நிறங்கள் அணிந்து
வண்ணத்தில் விளையாட்டு
காட்டி சிரிக்க வைத்தது
பழுதான எடை இயந்திரம்..

பல்லாயிரம் துமிகள் நெய்த சமுத்திரகிலுக்கம்..
குதித்தெழும்பும் அலைமனச்சிதறல்கள்
ஆழ் அமைதி அரவத்தில்
ஆட்கொண்டு பணிந்தேகிய சங்கமம்..
விரிந்து பரந்திருக்கிற ஆசைக்கடலுக்குள்
ஆர்ப்பரிக்கிற மிதவை..
நங்கூரப் பார்வையில்
நடுக்கடலிலும் ஊசலாடுகின்றேன்..
வெட்கச்சுழியில் ஆழிப்பேரலையாய்
அடித்துச் செல்லும் பாய்மரக்கலத்தின்
பகுதியாகின்றேன்..
ஒற்றைப்புன்னகையில் கரைகடந்து
உடைத்துப்போட்ட கலத்திற்கு உயிர்பிச்சை..
கடலுடன் எனக்கு காந்தர்வம்
என் கடல் நீ..

சொல்வதற்கு ஏதேனும்
ஒரு விஷயம்
இருந்து கொண்டே இருக்கிறது..
'ம்' கொட்டி மிக
ஆர்வமாக கேட்க வேண்டும்
என எதிர்பார்ப்பதில்லை..
ஓட்டத்தை தடை செய்யாமல்
பொறுமையாய் இருந்தால் போதுமானது..
அனுபவம் பகிர உணர்வுகள் கடத்த..
அறிவுரையும் குறுக்கீடுமற்ற
எவரேனும் தேவைப்படுகிறார்கள்
அப்படித்தான் தெருவோர
அரசமரப் பிள்ளையார்
அறிமுகமானார்

வியர்வைகளின் அடர்த்தியில்
வெப்பத்தைக் கடக்கையில்
காணாமல் போன
காற்றைத் தேடத் தொடங்கினோம்..

கடைசியாய் வேப்ப மரத்தை
வெட்டுவதற்கு முன்
இலைகளை அசைத்த போது
சந்தித்த ஞாபகம்..

இடைவெளிகளற்ற வீடுகளுக்கு
மத்தியிலும் ஒளிந்து கொள்ள இடமில்லை..
வாகனப் போக்குவரத்தின் புகைக்குள்ளும்
நெகிழிகளின் நடமாட்டத்திலும்
ஒரு வேளை மூச்சுத்திணறி இறந்திருக்கலாம்..

மின்விசிறியே போதுமென
சமாதானமாகி சுவாசிக்கிறோம்..

ஒவ்வொரு முறை
வண்ணத்துப்பூச்சி பிடிக்க
கிளம்புகையிலும்
பக்கத்தில் மாமா இல்லையென உறுதி
செய்து செடிகள் பெயர்ப்போம்..

அத்தை இறந்தபின் அநேகமாய்
எங்களுடனே இருக்கும் மாமாவை
வேலை இல்லையென
ஆப்பக்கடை பாட்டியும்
அவரின் மகள்களும்
கத்துவார்கள்..

இரண்டு மூன்று நாட்களாக
அவரில்லாமல்
திட்டுக்கள் தொலைத்து
நூல் கட்டி பறக்க விட்டோம்..

குடுவையில் அடைத்து வைத்தோம்..
சிபாரிசுக்கு ஒருவருமற்று
பாவமாய் கெஞ்சிக்கொண்டிருந்தன..

தூரத்தில் மாமாவைப் பார்த்ததும்
அவசரமாய் விடுதலை செய்து
பறக்க விட்டோம்..

முடி கருப்பாகியிருந்தது
புதிய சேலையுடன் ஒரு
அழு மூஞ்சி அக்கா..

உற்றுப்பார்க்கையில்..
வண்ணத்துப்பூச்சியின்
இறக்கைகள் அக்காவிற்கு
முளைத்திருந்தன

அறை நிரப்பிய பாத்திரங்களில்
விடாது சொட்டிய
நீரின் சத்தம்
இசையெனத் தோன்றியது..

வீடு முழுக்கக் கட்டிய கயிற்றில்
காய்கிற துணிகள்
முகம் மறைத்து விளையாடியது..

வீட்டிற்குள் தண்ணீர்
நுழைந்து விடுமென்று
வீட்டிற்குள் நிறுத்திய இருசக்கர
வாகனம் சிறிய வீட்டை
குட்டியாக மாற்றியிருந்தது

எப்போதும் போல் அடுத்த மழைக்குள்ளாக வீடு
மாற்ற வேண்டும் என நினைத்தேன்

வீட்டிற்குள் எட்டிப்பார்த்த
தண்ணீரையும் கண்ணீரையும்
துரத்திக்கொண்டிருந்தாள்
மனைவி

விடாமல் உதை பட்டுக்
கொண்டேதான் இருந்தது..
ஒவ்வோரு முறையும் சுற்றியிருக்கிற
ரசிகர்களின் கைதட்டலில்
அதிர்ந்தது அரங்கம்..
போட்டி முடிந்தவுடன்
இரு அணிகளுக்கும் பரிசுகள்..
உதைபட்ட கால்பந்து கவனிப்பாரற்று
மூலையில் அநாதையாய்..
எனக்கு கட்டை விரலில் மை தீட்டிய
சாமானியன் நினைவிற்கு
வந்து தொலைத்தான்..

கூழாங்கற்கள் வரவேற்பறைக்கு
அலங்காரம் மட்டுமெனவே
உறுதியாக நம்புகிறாய்

கடலும் கடல் சார்ந்த
இடங்களிலும் வளர்ந்ததால்
குளிர்ச்சியான புன்னகையென
உருவகிக்கின்றாய்

தட்டையான வடிவம்..
எப்படி திருப்பினாலும்
மென்மையென வார்த்தைகளில்
போதை தெளிந்து மயக்குகிறாய்.

கனிமபோலியென்பதால்
போலி முலாம் பூசி
உன் தருக்கிற்குள் எனை
தகவமைக்கிறாய்

பாறைகள் உடைத்து முகத்தை
பெயர்த்தலும் கல்லிற்கு
சாத்தியமென ஒருவேளை நிகழ்காலத்தின்
இறுதிப்புள்ளியில் பிடிபடலாம்

வெளிக்காட்டிய அன்பில் திளைக்கிற
எனக்கு வெளிவராத
வன்மமும் புரிவது போல..

சுயமரியாதையை..
வாங்கிய கடனுக்காய்
வார்த்தைகளில் வன்புணர்ந்தவுடன்
நாக்கை அடைகாத்து...இருண்ட முகம் மறைத்து
எமக்காய் வரிசையாய்
வானவில்கள் ரசித்ததுபோல்
நுட்பமாய் முகம் மாற்றும் சித்திரமென
கூடுபாயும் உன் முகம்..

வாங்கிய சின்னஞ்சிறு கோப்பையை
வீட்டின் உயரமான இடத்திலமர்த்தி
சலிக்காமல் கோப்பை புராணத்தை
பெரிய புராணமாக்கி விருதாக
மாற்றியது ரசவாதம்..

எங்களுக்கென சேர்த்து வைத்த
வண்ணக்கனவுகள் பணத்திற்காய்
என்றுமே சோரம்போனதில்லை

தேர்வு நேரங்களில் படித்த
நம்பிக்கை வாசகங்களை
ஊக்கப்படுத்துவதாய் ஒப்பித்து
தேர்வெழுதுகையில்
குறுக்கும் நெடுக்குமாய் நடந்து
மகப்பேறு மருத்துவமனையை நினைவுபடுத்தியதில்
ஒவ்வொரு தேர்வும் பிரசவமாகவே
உருவெடுத்தது..

ரயில் பெட்டி வீட்டை மாற்றி
தனிவீட்டில் வாடகைக்கு அமர்ந்த
எத்தனை ஞாயிறுகள்
தாரைவார்க்கப்பட்டு இருக்கும்..

பொருட்காட்சிக்கென தனி நிதி
தொடங்கியது முதல்
எதிர்பாரா மருத்துவ செலவுகள்
ஆர்ப்பரித்து கபளீகரம் செய்தது
உன் வாழ்வியல்..

மிதிவண்டிக்குப் பதில் தோளில் அமர்த்தி
விடுமுறை நாட்களின் இறுதிகளில்
எங்கள் மகிழ்ச்சியான
நாட்கள் களிம்பு தடவுகிற காட்சியோடு
முடிவுக்கு வந்து விடும்

இப்போதும் கூட மாலையிட்ட
புகைப்படத்தைப் பார்க்கையில்
வண்ணக்கனவுகளென
நினைவுகள் பிரவாகமாவது
தவிர்க்க முடிவதில்லை..

மரம் வளர்ப்பது பிடிக்குமென்கிறாய்..
தினம் இரண்டு முறை
செடிகளுக்கு நீர் விடுகிறாய்
பூச்சி பிடித்த இலைகளை
களையெடுக்கிறாய்..
கொடிகளைப் படரவிட
மறப்பதேயில்லை..
சருகுகளுக்கு கண்ணீர் விடுகிறாய்..

கூட்டுக் குடும்பமெனும் மரம்
நன்றாகத்தான் வளர்கிறது..

நம் அறையைச் சுற்றி
நீக்கமற நிறைந்திருக்கும்
பசலைக் கொடி மட்டும்தான்
உன் பார்வையில் தெரிவதே இல்லை..

அப்போதெல்லாம் பெரியப்பாவின்
வானொலி அலறல்
அதிகாலையிலேயே அடித்து எழுப்பும்.

அப்பா காதுகளை வானொலிப்
பெட்டிக்குள் ஒளித்துக்கொள்வார்..

ஆலயமணி பாட்டின் சுசீலாம்மா குரல்
மட்டுமே சமையலறை
தொட அனுமதிக்கப்பட்டிருந்தது
பிரியங்கள் அறிவித்தபடி..

சித்தப்பாவின் நாடகங்களுக்கு
மொத்த குடும்பமும் வரவேற்பறையில்
அமரும்..

நேயர் விருப்பத்தில்
அத்தை பெயருடன்
தன் பெயரை செருகியிருப்பார்
கல்யாணமாகாத மாமா..

இணையத்தின் ஆளுமையில்
தனித்தனி அலைவரிசையில்
செவிபேசி வந்தவுடன்
அமைதியாகிக் கிடக்கிறது வீடு..

கடைசி அறையில்
பழுதான வானொலிப் பெட்டியுடன்
சேர்ந்து..

எங்கோ மலை பிளந்த
சாலையில்..தாயன்பின்
அடர்த்தியாய். படர்ந்திருக்கும்
பனிமூட்டத்திற்குள்..
குளிருக்காய் தேநீர் அருந்தி
கொண்டிருக்கலாம்..

காற்றில் அலைகிற சருகாய்..
கொஞ்சமாய் தொப்பை வளர்த்து
வேலையென்கிற பெயரில்
தொலைந்து கொண்டிருக்கலாம்..

இல்லையென்றால் இன்னும் கூட
பிரமீளின் பசுவய்யாவின்
கவிதைகளுக்குள்..
அரும்பத் துடிக்கிற மொட்டின் வாச
ஆக்கிரமிப்பாய்க் கிறங்கிக் கிடக்கலாம்.

விஷச்செடிகளை நகலெடுத்த
அயல்நாட்டு எல்லை பீரங்கிகள்
எல்லை தாண்டி
இடம் பெயராமல் காத்திருக்கிற
காவலாளியாய் இருக்கலாம்..

வயிறுக்கும் மனதிற்கும்
யுத்தம் நடத்துகிற எட்டு மணி
நேர இயந்திரமாய் சுயம்
தொலைத்து உருமாறி
குடும்பத்தில் அமிழ்ந்து
போயிருக்கலாம்..

இயக்குனராகி சாதிப்பதாய்
எவனுக்கேனும் எடுபிடி வேலை
செய்து கொண்டிருக்கலாம்..

இப்போதும் கூட
ஒவ்வொரு முறையும் அனிச்சையாய்
நாக்கு கடிக்கையில்..

நீதான் என்னை நினைத்துக் கொள்கிறாய்
எனும் நம்பிக்கையோடு..
காற்றில் மிதக்கிற புகையாய்
கரைந்து கொண்டிருக்கிறேன்..

ஏறக்குறைய மாலையிலிருந்து
அலைகளைத் துரத்தி
அம்முக்குட்டியும்
அவளை விடாமல் துரத்தி
அலைகளும் விளையாடிக்கொண்டிருந்தன..
ஒவ்வொருமுறை வென்றுவிட்டதாய்
துள்ளி கைதட்டி சிரித்தாள்..
விட்டுக்கொடுத்த கடல் வேடிக்கை
பார்த்தது..
அவள் போய் வெகுநேரம் கழித்தும்...
சலிக்காமல் அலைகள்
தேடிக்கொண்டே இருக்கின்றன.
கட்டிய மணல் வீட்டின் பக்கத்தில்

எத்தனை முறை வெட்டினாலும்
மன்னித்து திரும்பவும் துளிர்த்து..
இலவசமாக நிழலை
பிரியத்துடன் பூமிக்கு
பரப்புகிறது..
பூக்கள் தெளித்து சிலிர்ப்பூட்டுகிறது..
தாயாகவும் காதலியாகவும்
மாறி மாறி உருவெடுத்து
மறுபடியும் துளிர்க்கிறது
மன்னிக்க மட்டுமே தெரிந்த
மரம்..

அணைத்தல் எனப்படுவது
இரு மனசை இணைத்தல்..
ஆகும்..

ஸ்பரிசங்களின்
தீண்டுதலில்..

அன்புப் பெருவெளியில்
தக்கையாய் மிதக்கவும்
இறகெனப் பறக்கவும்
பனிச்சில்லுகள் பட்டு
சிலிர்க்கவும்...
நதிகள் கழுவிச் செல்லும்
கூழாங்கல்லின்
பரவச இருத்தலாகவும்..
ஊடல்களில் கிழிந்து
தொங்குகிற நேசக்குடைகளை
தைக்கும் தங்க ஊசியாகவும்..
பரஸ்பர ஏமாற்றங்களின்
கசடுகளை எரித்து சாம்பலாக்கும்
தீயாகவும்...

இருகைகள் விரித்து
எனை மலை சுமக்கிற
மரங்களாய் ஆட்கொள்வாயென...
பிரியங்கள் அமிழ்த்தி..
ஊசலாடும் பெண்டுலமாய்
அலைபாய்கிறது ஆசைகளில்
வழிந்தோடுகிற பாதரச மனது.

பொம்மைகள்
வார்த்தை விளையாட்டு
கேரம்
சதுரங்கம்
பல்லாங்குழி
சீட்டு கட்டு
தாத்தா
பாட்டி..
எல்லோரையும் அநாதைகளாக்கி
மொத்தக் குழந்தைகளும்
ஒளித்தோற்ற விளையாட்டிற்குள்
பால்யத்தை தொலைக்கின்றன..

ச. ஆனந்த குமார்

ஐந்து மணிக்குப் பிறகு
கொஞ்சம் கண் அசந்தாலும்
செங்கற்பட்டு தொடர் வண்டியை
தவற விடலாம்.

நிதமும் இரண்டு முறையாவது
கைகட்டி மேலாளரிடம்
வசவு வாங்க வேண்டியிருக்கிறது..

ஒவ்வொரு அரையாண்டுக்கும்
ஏதாவது ஒரு பெயரில்
ஆட்குறைப்பு நடக்கிறது..
அதில் நம் பெயர் வராமலிருக்க
தனியாய் கடவுளுக்கு
முடிந்து வைத்த காணிக்கையின் வரிசை
நீண்டு கொண்டே போகிறது..

மின்சாரம் சமையல் எரிவாயு
விலையைக் குறைக்க யாரிடம்
மனு கொடுக்க வேண்டும் எனத்தெரியவில்லை..
பள்ளிக் கட்டணத் தவணைகளை
அதிகரிக்க கேட்டிருக்கிறேன் ..
அரசாங்கப் பள்ளியில்
மகளைச் சேர்க்க பரித்துரைத்தார்கள்

நட்டு வைத்த ரோஜாச்செடியில்
புதிதாய் இரண்டு பூக்கள் பூத்திருக்கிறதாம்..
வீட்டில் குடியிருக்கும் அணில்
குட்டிகள் போட்டிருக்கிறது
மைத்துனன் கொடுத்த சீம்பால்
குடித்து விட்டு சிலாகிக்கவில்லை..
எதையும் கவனிப்பதில்லை
என மனைவிக்கு குறை..

வயிறுக்கு சோரம் போன
வன்ம வாழ்க்கையில்..
உணர்வுகளை அடக்கம் செய்ததில்
நடைபிணமாய் மாறிய
கூட்டம் தொடர் வண்டி முழுவதும்
நிரம்பி வழிகிறது..

பாலையின் கொதி மணலில்
தீய்ந்த பாத்திரமென
மாறியிருந்தன பாதங்கள்
உலர்ந்த உதடுகளுடன்
தண்ணீருக்குக் காத்திருக்கிறோம்..

இரக்க முலாம் பூசிக்கொண்டு
தண்ணீர் போத்தல்களோடு
வருகிறீர்கள்.. கூடவே கட்சியின்
உறுப்பினர் சேர்க்கைப் படிவம்..

கார்கால நீண்ட இரவென
பிரச்சனைகள் கருமை பூசிக்கொண்டு..
விடியல் தருவதாய் சில
மின்மினிப் பூச்சிகளை
பறக்க விடுகிறீர்கள்..

போர்களில் குண்டு துளைக்கப்பட்ட
கட்டிடங்களைக் போலத்தான்
உங்கள் கொள்கைகளும்..
கடவுள் இருக்கிறதென்பவனும்
இல்லையென்பவனும்
கூட்டாக நம்பிக்கைத் துளிர்களை
வெட்டுகிறீர்கள்.

பனிப்பள்ளத்தில் வறுமைக்கோடு தாண்டியும்
பயணிக்கிறது வாழ்வாதாரம்..

பணவீக்கம் விமானத்தில்
தேர்தல் யுக்திகளுக்காய்
நிமித்தக்காரனை தேடுகிறீர்கள்..

இலையோரம் ஊசலாடும்
மழைத்துளியென அலைபாய்ந்து..
முடிவுகள் தெரிகையில்
அடத்தி செறிந்த
மௌனத்தின் மறுபக்கம்
புரியும்

வருடத்திற்கு ஒருமுறை
சந்தித்தே தீருவோம்
எனக் கற்பூரம் அடித்து
சத்தியம் செய்த..
கல்லூரி நாட்கள்
தேர்தல் வாக்குறுதியானது

உன் மார்கழிப் புன்னகையற்று
சுவாசிக்க முடியாதென பிரச்சாரம்
செய்தது நினைவிற்கு வருவதேயில்லை..

இருவருக்கும் அவரவர் குடும்ப கவலைகள்..
சிறுவயதில் என்னுடனே
இருந்த நாய்க்குட்டியை தெருநாயென துரத்தி
காசிற்கு புதிது வாங்கி சமன் செய்தார் அப்பா..

பார்த்துக்கொள்ள ஆளில்லை என்று
அப்பாவை காசு கொடுத்து விடுதியில்
விட்டதும் சமன்பாட்டிற்கு மாமனார்...

தூக்கத்திலும் விடாமல்
கட்டிக்கொண்டு தூங்குகிற
மகள் நாளை என்
இருப்பை தவிர்த்து விடலாம்..

காலங்கள் இடம்பெயர்கிறபோது
தேவைகளும் மொழிபெயர்கிறது
நிகழ்தகவுகளின் கூட்டமைப்பு வாழ்க்கை

தொலைபேசி கைபேசி புலனம்
ஒளிப்படம் என தொடர்பு ஊடகங்கள்
தூரத்தை அருகேயும்
அருகே இருப்பவர்களை
தூரமாக்குவதும் நிதர்சனம்..

அம்மா தவறிய போது
உருண்டு புரண்டு அழுத நான்
இப்போதெல்லாம்
அபூர்வமாய் புகைப்படம்
முன் நிற்கிறேன்.

எல்லாவற்றிற்கும் மாற்று ஏற்பாடு
கண்டுபிடித்து காலம்
கடவுள் எனச்சிரிக்கிறது..
என்றாலும்..

எப்போதாவது கோடைமழையென மனதில்
அடித்து சிலிர்க்கும் நினைவுகளிலும்
கண்ணீரிலும்தான் பிரியங்கள்
பிழைத்திருக்கின்றன..

உற்று நோக்கும் யாமத்தை
கண்களுக்குள் இழுத்ததாய்
நினைக்கும் ஆந்தையின்
அறியாமை போல..
வெற்று ஆசைகளின் உச்சம்..

கன இயந்திரத்தின்
தீவிர மோதலில் சரணடைந்த
மீச்சிறு ஓடுகள் இலகுவாய்
சிதறுகிற சத்தம்..

மனதை ஒடித்து பால்யங்களில் புரண்ட
பதிவுகளைக் கொன்று குவித்த
குரூர திருப்தியில்..

முற்றங்களும் தாழ்வாரங்களும்
வெற்றிடமாக மாறியதில்
முன்னோர்களின் அடையாளங்களை
கபளீகரம் செய்ததில்
கருணையற்றுக் கடக்கிறது காலம்

வயல்காடுகளின் பூர்வீகம் சுருட்டி
ஒளித்துக் கொண்டது
தேவைகள்... பரம்பரை வீடெனும்
பெருமை வால் வெட்டப்பட்டு...

பெருநகரின் மைய
அடுக்கக எண்ணூறு சதுர அடியின்
முன்பணத்திற்குள் குற்றுயிராக
ரணத்துடன் தலை கவிழ்ந்து..

கைகொட்டி எள்ளுகிறது
ஆசைக்கிரீடத்திலிருந்து பிய்த்து
எரியப்பட்ட இறகுகள்
கருகிக்கொண்டிருக்கிற வாசம்

மெதுவாய் பாலகுமாரன்
இரண்டடி முன் நகர்ந்தவர்
பெருந்தொற்று முடிந்தது
என்றதும் ஆமோதிப்பாய்
தலை அசைத்தார் அறிவியல் புத்தகமாய்
அமர்ந்திருந்த சுஜாதா..

எத்தனை நேரம் இருட்டிலே
அமர்ந்திருப்பது.. முணுமுணுப்பு சத்தம் வந்தது
புதுமைப்பித்தனிடம்..
யாரும் தொடுவதில்லையென
அசோகமித்திரனும் சுந்தர ராமசாமியும்
ஆமோதிப்பாய் தலையசைத்தார்கள்.

சந்தா கொடுத்த சொந்தங்கள்
எங்கே என கூட்டமாய் பார்த்த போது
காலி நாற்காலிகள்..

அதிசயமாய் கண்ணில் பட்ட
மனிதர்களும் திரைப்பட
பத்திரிகையில்..
நுனிப்புல் மேய்ச்சல்..
நல்ல வேளையாய் ஜெயகாந்தன்
கோபப்படவில்லை.

இலக்கியப் புதையல்களை
அடைகாத்து நாமிருக்க
'ஒளித்தோற்ற விளையாட்டில்'
தொலைந்த தலைமுறைக்கு
இன்னொரு 'ஆலாபனை' பாட வேண்டும்
என்றார் கவிக்கோ!

கூட்டங்கள் தொலைந்த
நூலகத்தை எப்படி
உயிர்ப்பிப்பது என விவாதிக்கத்
தொடங்கினார்கள் கண்ணதாசனும்..
பாரதிதாசனும்..

படிக்கும் பயிற்சியை
வயிற்றிலிருந்தே
தொடங்கலாம் என்றார் லா.ச.ரா..

கொஞ்சம் காலடி தடங்கள்
சத்தம் 'சிறுவர் பகுதி'யில்
கேட்க உற்சாகமாய்
பாப்பா பாட்டுடன் படிக்கும் பயிற்சியை
துவக்கினார் பாரதி..

எனக்கு நம்பிக்கை வந்திருக்கிறது
என்றார் தி.ஜா..

புதிதாக நந்தியாவட்டை பூத்திருக்கிறது.
வரிசையாய் எறும்புகள்
புற்றுக்குள் செல்கின்றன..
போன வருடம் வைத்த செடிகள்
மரங்களாகியிருந்தன.

கால்சட்டையணிந்து ஓடுபவர்களும்
நாற்பது வயதைக் கடந்தவர்கள் நடந்தும்
கடந்து கொண்டிருந்தார்கள்..
வெகுநேரமாய் அமர்ந்திருப்பதால்
அடுத்தமுறை பார்த்தால்
புன்னகைக்க வாய்ப்பிருக்கிறது..

விளையாடும் குழந்தைகளுக்கு
பந்து பொறுக்கிப் போடும் வேலையையும்
இடையிடையே செய்து கொண்டிருக்கிறேன்..
வழக்கம் போல் தாமதமாகும்..
என குறுஞ்செய்தி அனுப்பியிருக்கிறாய்..

வெறென்ன செய்துவிட முடியும்..

நொடிக்காய் யுகங்கள் தவமிருப்பதாய்
அன்பின் இருத்தல் பொருட்டு
சலிப்பின் பிசுக்குகள் மறைத்து
பொறுமையாய்க் காத்திருப்பதைத் தவிர..

இலைகள் மறைத்து பெரிய
குழிகள் வெட்டி வலைகள் விரிந்து
யுக்திகள் வகுத்து காட்டுக்குள்
கம்பீரமாய் திரிந்த
விலங்குகளை கூண்டுக்குள்
அடைத்துப் பார்க்கும்போது
பெருமையின் உச்சியில்
கர்வத்தோடு இருந்தவன்
கால் உடைந்து சக்கர நாற்காலியில்
அமர்ந்தபோது புரிந்தது
அடைத்தல் என்பதன்
அர்த்த அடர்த்தி

மதிய வெயிலில்
உதிர்க்கும் பூக்கள் மரம்
எழுதிய கவிதை..
இரவை நினைத்தால்தான்
மனமெங்கும் பயத்தின்
அடர்த்தி..

முதன் முதலில் இரவில்தான்
புல்லாங்குழலாயிருந்த
என்னை உடைத்து அடுப்பெரிக்க
பயன்படுத்தினார்கள்..

யாருள்ளோ தகிக்கிற நெருப்பை
அ(ணை)னைக்க என் யாக்கை
எடுத்துக்கொண்டது ஆண் தர்மம்..
சிறுமியைப் பெண்ணாக்கியதாய்
சிரித்தது மிருகம்..

வீட்டில் சிறுமிகள் மிச்சமில்லையா..
கேள்விக்கு மிதிகள் வாங்கவும்
பழகிக் கொண்டேன்..
இப்போதெல்லாம் எனக்கு
புதுப்பெயர்

சிறுவயதில் பெயர் மாற்றத்திற்கு அழுதது
கடவுளுக்குக் கொஞ்சம்
தாமதமாய் கேட்டிருக்கிறது..

இரண்டு கால் நடப்பவன எல்லாம்
வீட்டிற்குள் நுழைந்ததும்
நான்கு கால்களில் நடக்கையில்..
அஃறிணையாய் மாறுகிறேன் நான்..

ஊர்கின்ற நிமிடங்களில்
சிலுவையில் வயிற்றிற்காய்
அறைந்து கொள்வது ரணத்தின் உச்சம்..

மருத்துவத்திற்க்கு பணம் இல்லை
பணமிருக்கும் போது அம்மா இல்லை
இன்றும் கூட இரவுகளை
நினைத்துத்தான் பதறுகிறேன்

புல்லாங்குழல் இசை
வேண்டாம்..
மயிலிறகுக்கு ஆசையில்லை..
வெண்ணெய் கேட்டால் அது
பேராசையாக இருக்கலாம்..
குறைந்தது ஒரு வேளையாவது
சாப்பாடு கிடைக்கட்டும்
கண்மூடி கைகூப்பி வேண்டுதல்
சுமந்த காகிதம் பொறுக்கும்
சிறுவர்களுக்காய்
ஒருவேளை கண் திறக்கக்கூடும்
கடவுள்...

நடுக்கடலில் சுருட்டி காகிதப்பந்தாய்
எறிந்து வந்தமர்ந்தேன்.
பக்கத்தில் கரை ஒதுங்கி
உதட்டைப் பிதுக்கினாய்..

மலை உச்சியில் தொலைத்து விட்டு
வேகமாய் இறங்கி வந்தேன்..
எனக்கே தெரியாமல் தோளில்
அமர்ந்திருந்தாய்

இரக்கமற்று நெருப்பினில் எரித்து
கண்ணீர்த் துளிகளின் மீதமர்ந்தேன்
காற்றினில் தவழ்ந்து வந்து
சுவாசத்தில் நுழைந்து விட்டாய்..

அறுத்து வீசி பல முறை
இறக்கத் துணிகிறேன்
இரக்கமில்லாமல்
உயிர்ப் பிச்சை அளிக்கிறாய்..

எப்படிக்கொல்வது..
தனிமையின் மேல் இலகுவாக
பயணித்தும்..
சின்ன திடுக்கிடலோடு

மீண்டும் கைகுலுக்குகிற
உன் நினைவுகளை..

வித்தை செய்வதாய்..
கைவிட்டு ஓட்டினேன்
நெருப்பு வளையத்தில்
புகுந்து வந்தேன்
சிங்கத்தின் கூண்டினுள்
அமர்ந்து கொண்டேன்
யானையை பெஞ்சில்
நிற்க வைத்தேன்..
கைதட்டல் வானைப் பிளந்தது..
திரும்பத் திரும்ப
அலைமோதியது கூட்டம்..
தேடிப் பார்த்தேன்
அம்மாவை மட்டும் காணவில்லை..
கண்மூடி நின்றிருந்தாள்
எதிரிலிருந்த
பிள்ளையார் கோவிலில்..

முல்லைக் கொடியென படர்ந்தே
இருக்கட்டுமா என்றதும்
மகிழ்ச்சியுடன் ஒப்புக்கொள்கிறாய்
போன்சாயாக வீட்டில் வசிக்கட்டுமா
என்றால் எதிர்பார்த்ததைப் போல
சரியென்று சொல்லிவிட்டாய் ...
மூங்கிலென நான்
வளர்வதை மட்டும் உன்னால்
கடைசிவரை சகித்துக்
கொள்ளவே முடிவதில்லை..

ஒவ்வொரு முறை அம்மா அர்ச்சிக்கையிலும்
வேலைக்கார அக்கா பக்கமே நிற்பேன்..

அதிர்ந்து பேசாமல் சுருதி சுத்தமாய்
ஆயிரம் ரூபாய்க்கு பெருநகரில்
வேலைக்கு கிடைக்கிற அரிதான மனிதி..
குடும்பத்தில் ஒருவர்..

குழந்தையை மருத்துவமனையில் சேர்ந்து
உறவு முறைச்சொல்லி
முன்பணம் கேட்ட அன்றுதான்
கனத்த இதயத்துடன்
முதன்முறையாக இடம் மாறி
பணத்தின் பக்கம் நின்று கொண்டேன்..

சாளரத்தின் கம்பிகளில் படிந்து..
விடாமல் சொட்டுகிற
மழைத்துளிகளென நினைவுகள்..

பனியென இறுகி அமர்ந்திருந்தாலும்
அனிச்சையாய் இளகியெனை
உட்கொள்கின்றன..

மறத்தலின் எல்லைகள் கடந்து
திரும்பத் திரும்ப நினைத்தலென்கிற
மென்பொருளை நுண்சில்லுகளாய்
தைத்து விட்டான் படைத்தவன்..

மகரந்தங்களின் கூட்டமைப்பில்
மையம் கொண்டு அமர்ந்திருக்கிறது
நினைவுகளெனும் இனிப்பு
புலனத்தில் உட்புகுந்து
உனை அடைய வழிகளில்லை

வார்த்தைகளுக்கு வலியை
முழுமையாய் மொழிபெயர்க்கத் தெரியவில்லை..
மெய்நிகர் தொடர்புகள்
தோளில் சாய்கிற நிம்மதியை
நிரப்புவதில்லை..

இதயம் கேட்டு வேலை செய்யாததால்
எதிர்காலத்திற்கென
நிகழ்காலத்தை இருட்டாக்கி
நாடு விட்டு நாடு கூடு
பாய்ந்து விட்டாய்

விடாமல் சொட்டிக்கொண்டிருக்கிறது
கொஞ்சமாய் வாழ்ந்த
நினைவுகள்..

வெவ்வேறு வண்ணமடித்த
மூன்று புலிகள்
தங்களில் எவர் உயர்ந்தவரென
காத்திருந்தவரைக் கேட்டன

எல்லாமே புலிகள்தான்
என்று கடவுள் எவ்வளவோ சொல்லியும்
நம்பியதாகத் தெரியவில்லை

அதற்குள் வெவ்வேறு
வண்ணக்கலவைகளோடும்
வேட்டைக் கண்களுடனும்
இன்னும் கொஞ்சம் புலிகள் சேர்ந்து
மூன்று உட்பிரிவுகளாக மாறின

மெதுவாய் நகர்ந்த கடவுளைத் துரத்திக்
கொன்ற கூட்டமே கடைசியில்
தலைவரென அறிவிக்கப்பட்டது.

அவர்கள் படைத்த தலையாட்ட மட்டுமே
தெரிந்த கடவுள்
இப்போது புன்னகையுடன்
நின்றிருந்தார்.

கடைசி நிமிடத்தில்
ஆள் குறைகிறதென..
தேவதைகள் நடனத்திற்கு
நிறம் காட்டி ஒதுக்கிய
அம்முக்குட்டியை
ஆசிரியர் ஆண்டுவிழாவிற்கு
மேடை ஏற்ற வேண்டி வந்தது.

அம்முக்குட்டியின் ஆட்டம் பார்த்து
அரங்கம் அதிர ஆசிரியைக்கு புரிந்தது
திறமைக்கு நிறம் தடையில்லையென..

ஆ..வென ஓடிச்சென்று
ஆசிரியருக்கு முத்தங்கள்
பொழிந்ததில் புரிந்தது..
எல்லா நிற தேவதைகளும்
அன்பு பொதுமறையென்று..

எப்போது சாளரங்கள் திறந்தாலும்
சடுதியில் அறைந்து
முகம் காட்ட மனமில்லாமல்
மூடிக்கொள்கிறது நகரத்து வீடுகள்..
திறப்பதற்கெனவே காத்திருந்து
வீட்டின் அறைகளை
வெளிச்சக் கைகளில் நிரப்பிக்கொண்டு
நேசங்கள் பூசி எதிர்கொண்டு
நண்பனாகிறது வெய்யில்..

ச. ஆனந்த குமார்

சலனமற்று மௌனித்திருக்கிற குளம்
சட்டென குதிக்கிற கல்லால்
கலைக்கிற தியானம் போல்.

எந்தனையாவது உரசலில்
பற்றிக்கொள்வோமெனப்புலப்படாத
தீக்குச்சி போல்..

எந்த நொடி திரைச்சீலைக்குள்
நுழைந்து மெய் தொடுமென
புரியாத காற்றைப்போல்..

நெடுந்தூரப் பயணத்தில்
எதிரிலிருக்கும் குழந்தை
எப்போது சிரிக்குமென்கிற
புதிர் போல்..

இன்றாவது முழுநாளும்
அலைபேசி முழிக்கக் கூடாதென கைகூப்பி
பிரார்த்திக்கிறார்
நூற்றியெட்டின் அவசர ஊர்தி ஓட்டுநர்..

உச்சஸ்தாயியில் இழைகையில்
பனிச்சறுக்கில் வழுக்கி இலகுவாய்
பயணிக்கிறேன்

விஸ்தாரமாய் சங்கதிகளுக்குள்
அமர்கிற இனிமை
இசைக்குறிப்புக்கள் எழும்பி
எனை மிதக்க வைக்கின்றன..

ஆலாபனை துவங்குகிறபோது
வார்த்தைகளுக்குள்
சிக்காத வசந்தத்தில் சிக்குகிறேன்..

ஸ்வரங்களின் கூட்டமைப்பில்
தொலைந்த என்னைத் தேடி
கண்டுபிடிப்பது எனக்கே கடினமானது

ஒரு இசைத்துணுக்கு தவறி
தற்கொலை செய்கிற நொடி..

எல்லாம் கணக்குகள் எனப்புலப்பட
சிலிர்ப்பின் உச்சியில் இருந்து
தள்ளிவிடப்படுகிறேன்..

இப்போதெல்லாம்
எந்தப்பாடல் கேட்டாலும்
கணித சமன்பாடுகள்
மனதினுள் ஓடுகின்றன..

பார்க்காமலேயே இருந்திருக்கலாம்..
ராட்சச ராவணனாய்ச் சிரிக்கையில்
ஊரே பயத்தில் அலறும்..
பீமன் வேடம் தரிக்கையில்
சுமந்திருக்கும் கதை கூட
கம்பீரமாய் நடிக்கும்.
புறவழி நெடுஞ்சாலை
உணவகத்தில்..
ஆறடி உடல் குறுக்கி
பரிமாறத் தெரியவில்லையென
வடுக்கள் சுமந்து
ஆற்றாமை அணிந்திருந்த காட்சி
என் கண்ணில் படாமல்
காலம் ஒருவேளை
தவிர்த்திருக்கலாம்

எப்போதும் போல் மிகச்சரியாக
நேரத்திற்கு தேய்த்து முடித்துக் கொண்டு
வந்து விட்டாள் சிறுமி..

முகத்தில் நிரந்தரப் புன்னகை
எத்தனை முறை அழைத்தாலும்
சலிக்காமல் வீடு வரை வந்து
துணிகளை வாங்கிக் கொண்டு
போய்விடுவாள்..

சலிப்புகளற்ற அவள் முகம் இஸ்திரி
போடுகிற அவள் அப்பாவின்
கால் முறிந்த பிறகே எங்களுக்கு
அறிமுகமானது..

என்றாலும் இத்தோடு நிறைய முறை
சொல்லியாகிவிட்டது..பள்ளிகள்
திறந்து விட்டது என..

அது மட்டும் அவள் காதுகளில்
விழுவதேயில்லை..

இன்று மறுத்து விட வேண்டும்..
உரக்கச் சொல்லத் தேவையில்லை
சிறு முகச்சுளிப்பு.. புரண்டு படுத்தல்..
அனிச்சையாய் தவிர்ப்பதாய் கைகள் விலக்கி..

பேருந்துப் பயணம்.. வேலையழுத்தம்
சுமையின் அடர்த்தி புரிந்தும்
நடிக்கிற முகத்தை இழுத்தறைய
அலைபாய்கிறது மனது..
அடக்க ஒடுக்கமாய் கேள்விகள்
கேட்காமல் பணிகிறது யாக்கை

மகரந்தம் நிரப்பிய முத்தங்கள்
கையறுநிலையின் முன்னுரை..
முன்னேறுகையில் பல் கடித்து
வலி பொறுக்க பிறப்பெடுத்ததாகவே
நினைத்துக் கொள்கிறேன்

முடித்து சிரிக்கையில் வென்றது
அதிகார ஆக்கிரமிப்பு
பிம்பங்களல்ல.. பயங்கள்..

கைகளில் அமர்ந்திருந்தது..
குழந்தை... தாமரைப்பூ...
அங்கும் இங்கும் ஓடுகிற முயல்...
கவிதை புத்தகம்
பிரிவுக்கு முன் கிடைக்கிற முத்தம்
போல
வரையரைக்குள் சிக்காத சந்தோஷம்

கைகளில் இருந்தது பரிசு..
பிரித்துப் பார்க்க பரபரத்தது மனது..
ஒருவேளை முதல் முறை
பிரித்தவுடன் கிடைக்கிற மகிழ்ச்சி
சில மணித்துளிகளில்..நாழிகைகளில்...
நாட்களில் தொலைந்து போக
வாய்ப்பிருக்கிறது...

மகிழ்ச்சியென்பது
எல்லைகளில்லாதது..
பரிசென்னவெனப் பார்ப்பதில்
சிக்கல்கள் இருக்கின்றன..

நிறம் தரம் என
ஏதாவதொன்று பிடிப்பதைப் போலவே
பிடிக்காமல் போகவும்
வாய்ப்பிருக்கிறது..
அல்லது மகிழ்ச்சியின்
அளவைக் கழித்துவிடும்

பரிசு கிடைத்ததென்பதில்
இருக்கிற மகிழ்ச்சி
நிரந்தரம்... பிரித்து அது
பொருளாய் இடம்பெயராதவரை..
அப்படியே இருக்கட்டும்
கைகளிலும் மனதிலும்..

பெரும் மழை வந்தவுடன்
உள்ளே முதலில் சாரல் வந்தது..

பின்பு நடுங்கிக் கொண்டிருந்த
பூனையை உள்ளே விட்டேன்..

வெளியே எங்கே பார்த்தாலும்
வாலாட்டும் டைகரை
அனுமதித்தேன்

கூடையை விட்டு கோழிகள்
வீட்டை முற்றுகையிட்டன.

எனைக்கேட்காமலேயே சாளரத்தின்
வழியே எலி ஒன்று
உள்ளே புகுந்தது..

இப்போது மழை நின்று விட்டது
வெளியே போக யாரும்
தயாரில்லை.

அடுத்த முறை பொறாமை கோபம்
ஆத்திரம் காமம்
மனதிற்குள் அனுமதிக்கையில்
கொஞ்சம் கவனமாக இருங்கள்

கம்மல் வாங்குவதற்கு
கடையையே புரட்டிப்
போடுவேன்..

புடவை தேர்வு செய்ய
நான்கைந்து கடைகளாவது
ஏறி இறங்குவது வழக்கம்..

பொருத்தமான
நகைகளுக்கு அலைவது பிடித்தமான
பொழுதுபோக்கு..
படிப்பும் என் முடிவுப்படி..

சம்பந்தம் மட்டும் பேசி முடிவு செய்து
புகைப்படம் காட்டி
மாப்பிள்ளை என்றார்கள்..

இப்போதும்..
திருமணத் துணிகள்
தேர்வு செய்ய எனக்கு முழு
சுதந்திரம் உண்டென்கிறார்
அப்பா..

இறுக்கம் அணிந்திருந்தார்
கோடையில் வெயில் அதிகமென்றார்
அழுத குழந்தை மேல் கோபப்பட்டார்..
படுக்கைகளுக்கு இடையே
போர்வை விரித்தவரிடம்
எரிந்து விழுந்தார்..
மின்விசிறி ஓடாததற்கு
அரசாங்கத்தை மாற்ற பரிந்துரைத்தார்..
வண்டி நிற்பதற்கு முன்பே
குதித்திறங்கியவர்.. நிமிடங்களில்
திரும்பி வந்தார்
மறந்து போன கைப்பையை நீட்டினேன்..
நன்றி சொல்ல முயன்றார்
மறுத்து சிறு புன்னகையை நீட்டினேன்.
வாங்கி அவர் அணிந்துகொண்ட
அந்த புன்னகை
அவரை விட்டு நீங்காது
இனி எப்போதும்

நகர்கிற ரயிலின் அதிர்வுகள்
பல்வேறு இசைக்குறிப்புக்கள்
வாசிக்கின்றன..

எட்டு மாதக்குழந்தையின்
நடுநிசி வீறிடலில்..
சலிப்பின் இருப்புகளற்று
குளிர்கிறது குழந்தைக்கு என
காற்றாடியை அணைக்கிறாள்
கீழ்ப்படுக்கை பெண்ணொருத்தி

தயக்கம் அணிந்த முதியவர்
கேட்காமலே தன்
கீழ்ப்படுக்கை கொடுத்து
மேல் நகர்கிறான் பேரன்
வயது இளைஞன்

அமர்கிற இருக்கையில்
நெளிந்தும் சுருண்டும் படுத்தாலும்
பரஸ்பரம் கால்படவில்லையென
உறுதி செய்து கொண்டது
சக மனித மரியாதை..

விடிந்ததும் கனம் நிரம்பிய
பைகள் இறக்குவதற்கு
சங்கிலியாகின வெவ்வேறு கைகள்..

முகம் மறந்து அவரவர்கள் நகர்ந்து
விட்டனர் நின்று விட்டது ரயில்..

இப்போதும் நிற்காமல்
இசைக்குறிப்புக்கள் மட்டும்
கேட்டுக் கொண்டே இருக்கின்றன

அறியாமையின் குறியீடென
இடைவெளிகளற்று
அடர்த்தியாய் நிறைந்திருந்தது
கருமை பூசிய இருட்டு..

நட்சத்திரங்களையும் நிலவையும்
தொலைத்து அநாதையாய்..

மீனவன் வலையும்
மரவெட்டியின் கோடரியும்
காய்கறி விற்பவன் கண்ணீரும்
தேநீர் கடையில் சிறுவன் கழுவுகிற
உருள் குவளையின் சத்தமும்
பெருந்தொற்றில் வேலை
தொலைந்த சாமானியனின்
பெரு மூச்சும் கலந்த கும்மிருட்டு..

கண்ணைத் திறக்கலாம்..
குரல் கேட்டவுடன் மெதுவாய்
கண்திறந்தேன்..

என் கையில் பேனா
கொடுக்கப்பட்டிருந்தது..
சுற்றிலும் கண்கூசுகிற
வெளிச்சம்..

பின்னிரவில் திடுக்கென
விழிக்கும் நொடியில்
சாளரத்தின் ஊடே
பனிக்காற்றாய் நுழைகிறது
உன் அணைப்பில்
ஆட்கொள்ளும் கதகதப்பு!

மரங்களில் நிறைந்திருக்கும்
பூக்கள் உன் அனிச்சப்புன்னகையை
நினைவுபடுத்துகிறது

பனிநிரப்பிய அரவமற்ற சாலையில்
நடந்து வீடடையும் வரை
சலிக்காமல் இடைவெளியற்ற உன்
பேச்சுக்கள் துணை...

எப்போதாவது அடிக்கும் இள வெயில்
உன் செல்லக்கோபங்கள்..
பனிச்சில்லு மழைகள்
இனிப்பு தடவிய உன் அழுத்தமான
முத்தங்கள்..

கையை சுட்டுக்கொண்டு
தேநீர் கலக்குகையில் உன்
பரிதவிப்பும்..
குடிக்கையில் இடைஇடையே
நமக்கான பகிர்தலும்..

எவன் சொன்னது..
வேறு கண்டம் இடம் பெயர்ந்த
நான் தனிமையில் இருக்கிறேன்
என்று..

வெயில் விழுங்கி நிழல்
பிரசவிக்கும் தாவரம் போல்
ஸ்கலித ரசவாதத்தில் திரவத்தை
அடைகாத்து உயிராய் சுமக்கிற
இறைவி!

உமிழ்நீர் சுரப்பிகளில்
சில சிட்டிகைகள் இனிப்பு கலந்து
பரிமாறுகையில்
கொதி நிலையில் காமம்
பிற நிலையில் பாசம் எனவும்
கூடு பாய்கிறது முத்தம்..

சமையலறை தொடங்கி
வீட்டின் முடுக்குகளில் நீக்கமற
பிரார்த்தனையென நிறைந்திருக்கும்
வேலைக்கென பிறந்திருக்கும்
வியர்வை இயந்திரங்கள்..

சொட்டு சொட்டாக வலி
உடலுக்குள் உடும்பென
உருக்கும் ரத்தப்போக்கிலும்
புன்னகை வீசும் பூக்களின்
மனித உருவம்.

நிபந்தனைகளற்ற அன்பின்
வாசம் அணிந்தவளை
திமிர் ஆயுதம் கொண்டு
வார்த்தை கங்குகளில் எரியூட்டி
கண்ணீர் கசிய உள்ளீடென
உருமாறாமல் இருந்து விடுங்கள்

மற்றவர்களுக்கென உருகி
சுவாசிக்கும்
அவள் ஒரு நீரதிகாரம்!

அழுது கொண்டேயிருக்கிறாள்
அம்முக்குட்டி... நாட்டைக்
காப்பாற்ற கிளம்பிய அப்பா
சுடப்பட்டு கிடப்பதைப்பார்த்து

எப்படியென்கிற கேள்விக்கு
எதிரிகள் இருபது பேரை
அழித்தவரென குண்டு முழக்கத்துடன்
வீரவணக்க மரியாதை..

இப்போது இருபது பேரின்
குழந்தைகளுக்கும் சேர்த்து
சற்று பெரியதாகவே
அழுகிறாள் அம்முக்குட்டி..

காற்றில் இழுத்து வரப்படுகிற
சருகுகள் அழுதபடியே
செய்திகள் சொல்கின்றன..
வனங்களில் இலைகள்
துளிர்ப்பதற்கு மரங்கள் எதுவும்
மிச்சமில்லையென்று..

கார்காலக் கடும் பனியில்
உடைகளற்று நிற்பது போல்
உறைந்து போகிறேன்..

ஒவ்வொரு முறை தேநீர் கொடுக்கிற எடுபிடி
சிறுவனின் தலையில் இரக்கமற்று
மோதிரங்கள் கையால் குட்டு வைத்து
முதலாளி வேலைக்கென விரட்டும் பொழுது..

பல்லாயிரம் தூரம் பயணிக்கிற
ஓட்டுநரின் உதவியாளன் கனரகவாகனங்களின்
இரவு நிறுத்த நிகழ்வுகள்
முகத்திலறைந்து குழம்புகிறபொழுது

பெருநகரின் சிக்னல்களில்
கொதிக்கிற அனலில் வாகனங்களுக்கிடையே
நீந்தி அலைபேசி இருக்கையை
விற்க முயற்சிக்கையில்
ஐம்பது ரூபாய்க்கு பேரம் பேசும்
கார் உரிமையாளரின் பெருந்தன்மையில்
வியர்வை சுடுகிற பொழுது..

மளிகைக் கடைகளில் பால்யம்
தொலைத்து அம்மாக்களின் கானல்
அன்பில் ஊர் மாறி பொட்டலம்
மடிக்கிற தேவை எனும் அரக்கனின்
குரூரம் புரிகிற போது

சொந்த வீட்டிற்குள் வேலைக்கு
செல்கிற பெற்றோர்களால்
தனிமையில் ஒளிப்படக் காட்சிகளுக்குள்
தொலைந்து அநாதையாகிற பொழுது

மழலை தொலைந்த
யதார்த்த அமிலங்களில்
இறுகித்தான் வருகின்றன
பிஞ்சு விரல்கள்...

தினம் ஒரு முறையாவது
எல்லா செடிகளிடமும்
பேசி விடுவதுண்டு தண்ணீர்
விடுகையில்..

வெய்யில் காலங்களில் இரு முறை..
மெலிதாய் பூக்கள் பூக்கத்
துவங்கும்போது நான் சிறு பிள்ளையென
துள்ளிக் குதிப்பதைப் பார்த்து
ஒருவேளை எல்லோரும்
புன்னகைத்திருக்கலாம்..

என்றாலும்
ரோஜா மலர்ந்தவுடன்
சட்டென பிய்த்தெடுத்த என்
கருணையின் அதிர்வுகளில்
இருந்து அவைகளால்
இன்னும் வெளிவர முடியவில்லை..

கண்கள் விரிந்து கைகள் ஆட்டி
கொஞ்சமாய் யோசித்து தினமும்
வந்த கனவை ஒரு
கதை போல் விவரிப்பாள்
அம்முக்குட்டி..
மெதுவாய்த்தான் கவனித்தேன்..
அவள் கனவுகளில்
ஒரு நாள் கூட
பள்ளி வந்ததேயில்லை..

ச. ஆனந்த குமார்

மௌனங்களின்
நெடிய ஊர்வலத்தை தொடர்ந்தால்
இலக்கற்ற பயண முடிவில்
அரவமற்ற தொடக்கப்புள்ளியில்
சொற்கள் இன்னும்
சில சொற்களைக் கொன்று
குருதி குடித்துக் கொண்டிருக்கலாம்..

தவிர்த்திருக்க வேண்டிய
வாக்குவாதங்கள் நாக்கின்
நஞ்சுக்குள் மூழ்கி நிறம்மாறி
தத்தளித்துக்கொண்டிருக்கலாம்..

தன்முனைப்பின் வேர்கள்
இடைவெளியற்று பரவி
ஆட்சியைப் பிடித்ததென
அறிவித்தாயிற்று.

பிரியங்களின் எச்சங்கள்
தென்படுகிற இடங்களையெல்லாம்
அகங்கார அமிலங்கள்
கழுவி விட்டுக்கொண்டிருந்தது..

நேசத்தின் உறவுகளென
யார் கண்களில் பட்டாலும்
கண்டவுடன் கொன்றுவிட
கோபங்கள் அங்குமிங்கும்
அலைந்து கொண்டிருந்தன..

ஊரடங்கு உத்தரவில்
பேச்சுக்கள் சிறை வைக்கப்பட்டது.
இறந்தகால நீட்சி
நாடு கடத்தப்பட்டு
அவஸ்தையான அமைதி
வெறுமையுடன் அமர்ந்திருக்கும்

எப்போது வேண்டுமானாலும்
ஒரு துளி கண்ணீர்
விழிகளின் சந்திப்பு
உதடு துடிக்கும் கேவல்
அமைதியான கை கோர்த்தலென
ஏதாவதொரு தாக்குதலில்

பிரியங்களின் மீட்சி
விரவியிருக்கிற
தன்முனைப்பின் வேர்களை
தூக்கிலிடும்..

இப்போதும் மௌனம்..
இது வேறு முகம் காட்டும்..

வானம் கொஞ்சம் வெள்ளை மேகங்களை
தந்து விட்டுப்போக வெளியே காத்திருக்கிறது.

காற்றும் கனவுகளையெல்லாம்
பொட்டலமாக்கி சுமந்து கொண்டிருக்கிறது..

விபத்தொன்று சொல்லாமல் களவாடியதில்
நட்சத்திரமாய் மின்னுகிற
அப்பாவும் வெளியே இருக்கலாம்..

பைத்தியம் என பட்டம் கொடுத்து
பணத்தின் பின் திரிந்த காதலி..
வீட்டு வேலையில் தேய்ந்து போய்
சொர்க்கத்தில் சிரிக்கிற அம்மா..
படிப்பு அறிவுக்கென
தப்பாய் வழிகாட்டிய தமிழாசிரியர்..

மொட்டை மாடியில்
எதிர்ப்பாட்டிசைக்கும் குயில்..
பார்த்தவுடன் வந்து வாரி
அணைக்கும் சலிப்பற்ற அலைகள்..
வரும்போதெல்லாம்
திட்டு வாங்கி சிரிக்கும் மழை
அன்பு விதையொன்றில் வனமாய்
முளைத்தெழுந்த கவிதைகள் என

எல்லோரும் என் பிறந்தநாளுக்கு
வாழ்த்த ஜன்னலுக்கு
வெளியே ஒவ்வொரு வருடமும்
தவமிருக்கிறார்கள்..
நான்தான் சாளரத்தை
சுவர்களாக மாற்றிவிட்டதை
இன்னும் ஒருவரிடமும்
சொல்லவில்லை..

கவிதை வாசித்தல் என்பது
சிப்பிக்குள் ஒளிந்திருக்கும்
முத்தைத் தேடுவது..

இருள் சுமந்த காட்டிற்குள்
வெளிச்சத்திற்கு அலைவது..
உயரத்தில் அமர்ந்து கொண்டு
உலகளப்பது..

வார்த்தைகளின் போர்களில்
எல்லைகளை விஸ்தரிப்பது..
புதிய அர்த்தங்களை
மொழிகளில் குடைந்தெடுப்பது

சிந்தனைகளின் அந்தரங்களுக்குள்
நுழைந்து மெய் தேடுவது..
அமர்ந்திருக்கும் மிருகத்தை
தட்டியெழுப்புவது

என்றெல்லாம் சொல்கிறார்கள்..
நானோ கவிதை மட்டுமே வாசித்துக்
கொண்டிருக்கிறேன்.

இன்னும் நினைவுகள் கொல்கிற அழிப்பான்கள்
கண்டுபிடிக்கப்படவில்லை..
மனவேரிலிருந்து முட்டி முட்டி
முளைக்கிறது இறந்துவிடாத கடந்த காலம்

முள்ளாகவும் மலராகவும்
கூடு பாய்ந்து குருதி குடிக்கின்றன
சில வருடங்களை நிமிடங்களில்
கடக்கிற மனது
சில நிமிடங்களை வருடங்களாகியும்
அழிப்பதில்லை..

அமிலம் வீசி அழிக்கையில்
சிதறிச்சிதறி கணக்கற்ற
நட்சத்திர பரல்களாய்
கண்சிமிட்டுகின்றன

எங்கிருக்கிறோம் எனத்தெரியாமல்
இடைவெளிகளற்று..
விடாமல் மனவெளியில்
விதைக்கப்பட்ட காலத்தின்
எச்சங்களில் கரைகின்றோம்

இன்னும் எஞ்சியிருப்பது
நேசத்தாவரமும் நிகழ்தகவு
பிரியங்களும்..